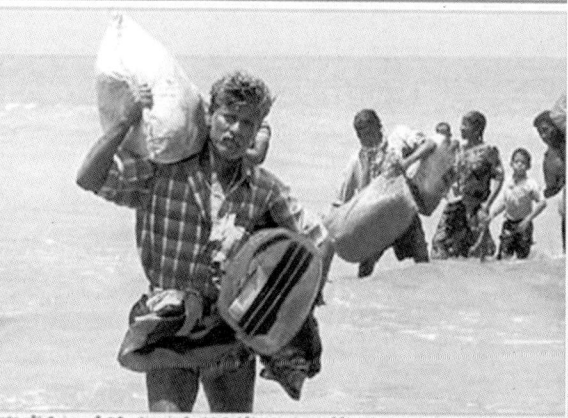

6

தமிழகம்

அகதி வருகை

16 ஆயிரத்தை நெருங்குகிறது

வலி

அறிவுமதி

வலி

© அறிவுமதி

முதற் பதிப்பு : கார்த்திகை, 2006
இரண்டாம் பதிப்பு (கவிதா) : ஜனவரி, 2017

விலை : ₹ **80/-**

VALI
By **ARIVUMATHI**
First Edition : 2006
Second Edition (Kavitha) : January, 2017
Pages : 96

Published by:
KAVITHA PUBLICATION
Post Box No. : 6123
8, Masilamani Street,
Pondy Bazaar,
T. Nagar, Chennai - 600 017.
℅ 2436 4243, 2432 2177
Telefax: 044-2436 4243
E-mail : kavitha_publication@yahoo.com
kavithapublication@gamil.com
website : www.kavithapublication.in

ISBN : 978-81-8345-617-3

Price : ₹ 80/-

வடிவமைப்பு : மு. திருதரன்

அச்சிட்டோர் : ஜோதி எண்டர்பிரைசஸ், சென்னை.

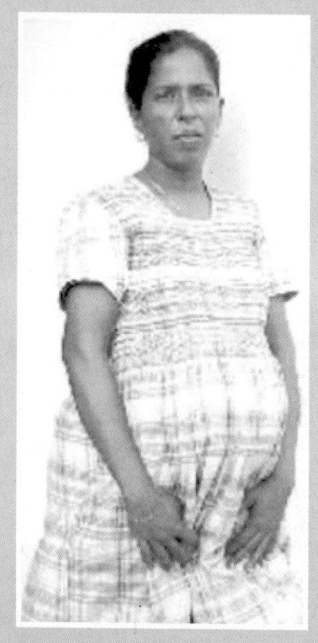

“பிறக்கும் பிள்ள
எண்ட
ஆதி மண்ணில்
பிறந்தானெண்டு
சந்தோசப்படுவதா
அகதியாப் பிறந்தானெண்டு
வருத்தப்படுவதா”

நன்றி : ஜுனியர் விகடன்
13.09.2006

நெகிழ்வுரை
இரா. நல்லகண்ணு

இலங்கையிலிருந்து தப்பிப் பிழைத்து, கடல் கடந்து இந்தியக் கரையில் சேர்ந்த ஈழத்தமிழ் மக்களின் துயர்களைக் கவிஞர் அறிவுமதி அவர்கள் கவிதைகளாக வடித்துத் தந்திருக்கிறார்.

இதை வெறும் உணர்ச்சிச்சொற்களால் சேர்க்கப் பட்ட கவிதைகளாக அல்ல; அக்கறையுள்ள ஒரு கவிஞன் நெஞ்சிலிருந்து கசிந்து சொட்டும் இரத்தத் திவலைகளாகவே உணர முடிகிறது.

உலகில் பல்வேறு நாடுகளில் ஆளும் பாசிச சக்தி களால் பாதிக்கப்படும் மக்கள், தப்பிப் பிழைத்து வாழத் துடிக்கிறார்கள். பிறந்த மண்ணிலிருந்து வெளியேறி எங்காவது ஓடிப்போய் உயிர் வாழலாமென்று நினைத்துப் புலம் பெயர்ந்து செல்கிறார்கள். இவர்கள் அகதிகளாகக் கருதப் படுகிறார்கள்.

உலகெங்கும் அகதிகள் பிரச்சினையும் குடிமக் களின் பிரச்சினையாகக் கருதப்பட வேண்டு மென்று உலக மனித உரிமை அமைப்புகளும், ஐக்கிய நாட்டு அமைப்புகளும், செஞ்சிலுவைச் சங்கமும் அங்கீகரித்துள்ளன.

அதில் நாட்டுக்கு நாடு ஏற்றத்தாழ்வுகள் உள்ளன. திபெத்திலிருந்து வெளியேறி வந்த புத்த பிட்சு தலாய்லாமாவும் அவரைச் சேர்ந்த வர்களும் இந்திய நாட்டின் மரியாதைக்குரிய அகதிகளாக ராஜோபசாரத்துடன் நடத்தப்படு கிறார்கள். கடந்த முப்பதாண்டுகளுக்கும் மேலாக இந்தியாவில் தங்கியிருக்கிறார்கள். பங்களா தேச அகதிகள் மேற்கு வங்கத்தில் வாழ்கிறார்கள்.

இலங்கை இனப்பிரச்சினை கடந்த கால்நூற் றாண்டாக நீடித்து வருகிறது. இலங்கை அரசு இப்பிரச்சினையைச் சுமுகமாகத் தீர்க்க நடவ டிக்கை எடுக்கத் தவறிவிட்டது.

19ஆவது நூற்றாண்டில் பிரிட்டிஷ் ஆட்சியில் வேலையாட்களாக இந்தியாவிலிருந்து அழைத் துச் செல்லப்பட்டவர்கள் மலைகளில் தேயி லைத் தோட்டம் போட்டுக் கொடுத்தார்கள். நாடுகள் விடுதலை பெற்றதும் நாட்டைப் பண்படுத்திக் கொடுத்த இந்தியத் தமிழர் களை இலங்கை அரசு விரட்டியது. நாடற்ற தமிழர்களாகக் கருதப்பட்டார்கள். சாஸ்திரி-பண்டார நாயகா ஒப்பந்தம் நடந்தது. பல்லா யிரம் பேர் இந்தியாவில் தமிழகத்துக்கு வந்து நிரந்தர அகதிகளாக்கப்பட்டனர். பல்லா யிரம் தொழிலாளர்கள் இலங்கையில் மலை யகத் தமிழர்களாக வாக்குரிமையற்றவர்களாக அறிவிக்கப்பட்டார்கள்.

ஈழத்தமிழர்கள் இலங்கையின் பூர்வக் குடிகள், அத்தீவின் பெருமைக்குரியவர்கள் மட்டுமல்ல; தமிழுக்கும் பலவகையில் பெருமை சேர்த்த வர்கள்.

அண்ணாமலைப் பல்கலைக்கழகத்தில் தமிழ்ப் பேராசிரியராகப் பணியாற்றிய விபுலானந்த அடிகள் மகாகவி பாரதிக்கு விழா எடுக்க வேண்டுமென்று முதல் குரல் கொடுத்தவர்களில் முதன்மையானவர். ஆறுமுக நாவலர், கனகசபை பிள்ளை, ந.சி. கந்தையா இலக்கியத்தில் புதிய பார்வையைக் கொடுத்த பேராசிரியர்கள்; கைலாசபதி, சிவத்தம்பி, வேலுப்பிள்ளை போன்ற தமிழறிஞர்கள் அரும்பெரும் சாதனை படைத்தவர்கள். டேனியல், டொமினிக் ஜீவா போன்றவர்கள் எழுத்திலக்கிய முன்னவர்கள்.

இத்தகைய பெருமை சார்ந்த மக்களின் வாரிசுகளான ஈழத் தமிழ் மக்கள் பிறந்த மண்ணில் வாழ முடியாமல் வெளியேறி உலகெங்கும் பல்வேறு நாடுகளில் தஞ்சம் புகுந்திருக்கிறார்கள்.

தமிழ்நாட்டில் தஞ்சம் புகுந்துள்ள ஈழத் தமிழ் மக்கள் தமிழ் நாட்டில் அகதிகளாக வாழ்கிறார்கள். அவர்களின் துன்ப, துயரங்களை நினைத்து வேதனைப்படும் கவிஞர் அறிவுமதி தமிழ் அகதிகளின் மனத்துடிப்பைக் கவிதைகளாக வடித்திருக்கிறார்.

> இராமேசுவரத்தில்
> எல்லோரும்
> குளித்துக்
> கரையேறுகிறார்கள்
>
> நாங்கள் குதித்துக்
> கரையேறுகிறோம்.

இது கடல் கடந்து வந்தவர்களின் முதல் சோகம்.

> அங்கே
> அவனா
> என்று கேட்டு
> அடித்தார்கள்
>
> வலிக்கவில்லை

இங்கே
திருடனா
என்று கேட்டு
அடிக்கிறார்கள்

வலிக்கிறது.

இது இரண்டாவது சோகம்.

தமிழ் அகதிகள் வாழும் இடத்தைப்பற்றிக் குறிப்பிட்டிருப்பது, நெஞ்சை உலுக்குகிறது.

நேற்றுவரை
சேலைகள்
இன்றுமுதல்
சுவர்கள்

காதவழி தூரத்தில் உள்ளது யாழ்ப்பாணக் கரை. தமிழகத்தில் அடைக்கலம் கேட்டு வந்திருக்கும் தமிழ் அகதிகளைப் பார்த்துப் பார்த்து மரத்துப்போன நமது மனசாட்சியைக் உலுக்குகிறார் கவிஞர் அறிவுமதி.

பஞ்சம் பிழைக்க
மாநிலம்
தாண்டிப் போகிறோம்

உயிர் பிழைக்க
கடல் தாண்டி
வருகிறீர்கள்

❏

முகாமிற்கு
அருகில் உள்ள
பள்ளியிலிருந்து
கேட்கிறது

யாதும் ஊரே
யாவரும் கேளிர்

இரு கவிதைகளும் நம்மைச் சிந்திக்கத் தூண்டு கின்றன. பிஜித் தீவிலுள்ள கரும்புத் தோட்டத்தில் தமிழ்ப் பெண்கள் பட்ட துயரை மகாகவி பாரதி 1916இல் பாடினார்.

> *நாட்டை நினைப்பாரோ - எந்த*
> *நாளினில் போயதைக்*
> *காண்பதென்றே அன்னை*
> *வீட்டை நினைப்பாரோ - அவர்*
> *விம்மி விம்மி விம்மி விம்மி யழுங்குரல்*
> *கேட்டிருப் பாய்காற்றே*

என்று.

இன்று 2006இல் ஈழத் தமிழ் அகதிகளின் துயரத்தைச் சாரமாகக் கொடுத்திருக்கிறார் கவிஞர் அறிவுமதி. இன்னும் ஈழப் பிரச்சினைக்குத் தீர்வு காண முடியாவிட்டாலும் தமிழ் மண்ணில் தஞ்சமடைந்த ஈழத்தமிழ் அகதிகளின் நல்வாழ்வுக்கு வழிகள் காண இக் கவிதைத் தொகுப்பு தூண்டுதலாக அமையும் என்று நம்புகிறேன்.

சென்னை   அன்புடன்
15.10.2006

வலியுரை
காசி ஆனந்தன்

விண்மீன் பொத்தல்களால் மின்மினி
வெளிச்சம் காட்டும் இருள்.

மாலை ஐந்து மணிக்கெல்லாம் கதவு சாத்தி
வேளைக்கே விளக்கணைத்து -
ஏக்கத்தோடும் பெருமூச்சோடும் கழியும்
முகம் கறுத்த இராப்பொழுது.

வீடுகள் அமைதியின் இறுக்கத்தில் விறைத்துக்
கிடக்கும்.

பக்கத்தில் படுத்தும் அவர்களுக்கே
கேட்காதபடி உதடுகளுக்குள் சிறைப்பட்ட
அச்சத்தின் முனகல்.

தொலைவில் கேட்கும் ஊர்நாய்களின்
குலைத்தல் நெடுந்தூரம் தாண்டிவந்து
காதுகளைத் தொடும்.

வருகிறானோ...?

நேரம் செல்லச் செல்ல நெருங்கிவரும்
நாய்களின் கத்தல் ஓசையில் நெஞ்சை
உடைக்கும் பெருமூச்சு.

கணவனை மனைவி அணைக்க - குழந்தைகள்
தாயை அணைக்க அச்சத்தின் பிடியில்
வியர்த்த உடல்களோடு பாயில் அவர்கள்
கயிற்றுப் பின்னலாய் ஒன்றுவார்கள்.

இரும்புச் செருப்புகளின் அடுக்கொலி
இப்போது பக்கத்தில் கேட்கும்.

கதவை உடைப்பானோ?

குழந்தைகளை அணைத்தபடி குறுகி
ஒடுங்குவாள் தாய்.

வீட்டைக் கடந்து தெருவழியே
வரிசை கட்டிச் செல்லும் செருப்புகளைத்
தொடர்ந்து மேற்சுவர் ஓட்டையால் வரும்
சாராய நெடியும் வெண்சுருட்டு நாற்றமும்
மூக்கைத் துளைக்கத் தும்மலை அடக்கி
வாய்பொத்தி ஒடுங்கும் குழந்தைகளின்
விசும்பல்.

சிலபொழுது கழிய வெறியர்களின்
செருப்புகள் போன திசையில் எங்கோ
வெடிஓசை எழும்.

மீண்டும் நாய்களின் கத்தல்.

வலி.
■

புலிகள் நடமாடுவதாக சிங்கள உளவுத்துறை
அடிக்கடி புலம்பும் காடு.

தழைத்துப் பழங்களாய்க் குலுங்கும்
நெட்டைப் பாலை மரத்தில் பச்சைப்
புறாக்களின் தங்கல்.

நீலம் பளபளக்கும் பூக்குடிச்சான் குருவி
காற்றில் நீந்தும்.

காட்டு மாவின் இலைக்கொத்து மறைப்பில்
மர அணிலின் காதல்.

முயல்கள் விளையாடும்.

குருவியின் கூட்டில் குஞ்சுகளின் கலகலப்பு.

புதிய குருத்துகளை விரித்து உடல்சிலிர்க்கும்
பச்சைப் புல்வெளி.

மழையின் கருப்பையாய் மரப் பச்சை.

பன்றி, குட்டிகளோடு நிலம் கிழித்துக்
கிழங்கு பறிக்கும்.

ஒயிலான பச்சை ஓவியம் ஒரு நொடிப்
போதில் கிழிந்து போனது.

எதிரி விண்ணூர்திகளின் கொடிய குண்டு
வீச்சில் எரிந்து சாம்பல் மேடானது காடு.

பிளந்த முட்டையில் இருந்துத் தலைநீட்டிய
குருவிக்குஞ்சுக்குச் சாவே பிறப்பாயிற்று.

பாலை ஆனது முல்லை.

வலி.
■

மாலைக்கும் இரவுக்கும் இடையிலான மசண்டை.

பள்ளிக்குப் போன பொடிச்சி இன்னும் திரும்பவில்லை.

இடி அந்த வீட்டில் மின்னலாய் இறங்கும்.

பொடிச்சி என்ன ஆனாள்?

இன்னும் ஓரிரு மணிப்பொழுதில் இரவு கதவைத் தட்டும்.

அடிக்கடி தெரு வாசலுக்கு வருவதும் மார்பை அழுத்தி விடுவதுமாய் அப்பா.

கூடு திரும்பும் காக்கைகளைப் பார்த்துத் தாய் நெஞ்சம் கூவிக் கதறும்.

நடந்து பாதி வழி வந்திருப்பாள் பொடிச்சி - ஒரு மெல்லிய நம்பிக்கை.

வீட்டில் - மார்பு நோய்க் கணவனை நாற்காலியில் இருத்திவிட்டு வீதி வாசலில் கால் கடுக்க நிற்பாள் தாய்.

நகரில் இருந்து வரும் மிதிவண்டிக்காரர்களை நிறுத்தி நடுங்கும் குரலில் அவள் கேட்பாள்: பொடிச்சியை வழியில பார்த்தீங்களா?

இறுகி வரும் இருள்.

பள்ளிக்குப் போன தர்ஷினி சிங்கள வெறியர்களால் கடத்திக் கொலை செய்யப்பட்ட பழைய நிகழ்ச்சி நெஞ்சை மிதிக்கும்.

பொடிச்சி வருவாளா?

வலி.

∎

நெருப்புக் குண்டுகளுக்குத் தப்பி, தாய் மண்
விட்டுக் கிளம்பும் ஏதிலிகளின் நெரிசல்
படகு.

இருளில் புதைந்து வெளிச்சம் பறிகொடுத்த
கண்களில் பார்வையற்ற இரவு.

அலைமலையில் ஏறியும் விழுந்தும் படகு
அலறும்.

குழந்தைகளை இறுக அணைத்தபடி படகின்
வயிற்றுக் குழியில் கிடந்து குலுங்கும்
தாய்மையின் விசும்பல்.

மின்னல் கிழித்து வானம் மிரட்டும்.

தாய் மடியில் விழுவது போல் தமிழ்நாட்டில்
விழுந்து அழுது தீர்க்கத் துடிக்கும் உறவின்
தாகம்.

கோடிக்கரை கலங்கரை விளக்கம் தெரிய -
நெஞ்சில் மகிழ்ச்சி கொடி போடும்.

ஒரு நொடிதான்...

கடற்படைச் சிங்கள வெறியர் கப்பல்
வெளிச்சம் கண்ணைப் பறிக்கும்.

வெடிகுண்டு வீச்சின் நெருப்போடு கலந்த
வெறித்தனமான அதிர்வலைகள்.

படகு கிழியும்.

கடல் அலையின் பேரிரைச்சலை விழுங்கும்
கதறல்.

தமிழீழ உறவுகளின் உடல்கள் கடலில்
புதைக்கப்படும்.

வலி
■

தமிழீழம் இந்த வலிகளின் இடையேதான் -
விடுதலை நெருப்பில் தடம் பதிக்கிறது.

‘வலி’ சுமந்து அறிவுமதி இந் நூலில் வருகிறார்.

எதைப்பற்றிய படைப்பானாலும் தமிழின்
உச்சத்தை எட்டித் தொடுவது அறிவுமதி
இலக்கியம்.

அறிவுமதியின் ‘வலி’ யும் அப்படித்தான்.

பச்சை இனவெறியர்களால் ஒடுக்கப்பட்ட
தமிழீழத்தின் கண்ணீர்ப் பதிவு.

இன்னுயிர்த் தாய்மண் தொலைத்த
அடிமையின் இலக்கியக் குமுறல்.

உலகெங்கும் துண்டுதுண்டாய் உடைத்து
வீசப்பட்ட உறவின் கதை.

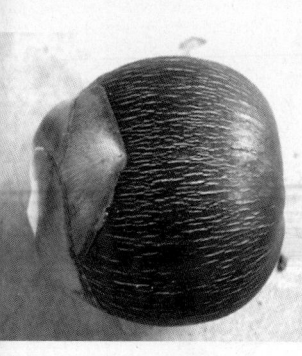

தமிழீழத்தின் மானம் தேடும் தமிழ்.

> **மீனை அரியும்போது**
> **கிடைத்தது**
> **குழந்தையின்**
> **கண்**

என்கிறார் அறிவுமதி.

இது வலி.

சிங்கள இனவெறியை நெருப்பினால் பதிவு
செய்யும் இலக்கியனின் சினம்.

ஆழ்கடலில் தமிழனைச் சிங்களவன்
மூழ்கடித்தான்.

விடுங்கள் -

தமிழ்நாட்டில் இறங்கிய தமிழனைத்
தமிழ்நாட்டான் கவனித்தானா?

எறும்புகளுக்குக்
கோலம் போட்டவர்கள்
எங்களைப்
பட்டினி
போடுகிறார்கள்

இது வலி.
அறிவுமதியின் அழுகுரல்.

மயிலுக்குப் போர்வை
தந்தானாம்
பேகன்

ஒழுகுகிறது
அகதி முகாம்.

இது வலி.
உணர்ச்சிப் பிழம்பாய்த் தமிழ்நாட்டை
உலுக்குகிறார் அறிவுமதி.

சிங்கள இனவெறியால் உலகின் நாற்றிசையும்
சிதறடிக்கப்பட்ட தமிழன் அறிவுமதியைத்
தொடுகிறான்.

சற்றுமுன் செத்த
அப்பாவிற்கான
அழுகுரல்கள்
கேட்கின்றன
கைப்பேசியில்

இது வலி.

துயரத்தின் 'வலி'யாய் நெஞ்சில் இறங்கி -
வீரத்தின் வலியாய் வெளியேறுகிறது
அறிவுமதித் தமிழ்.

தமிழீழ மண்ணில் சிலபொழுது தங்கி அந்த
உறவுகளின் துயரங்களை நேரில் அறிந்து-
தமிழின உறவு தோய்ந்து திரும்பியவர்
அறிவுமதி.

கண்ணீர் என்பது தண்ணீர் அல்ல
நெருப்பு என்பதைக் கண்டவர்.

ஏதிலிகளாய் அயல்நாடுகளுக்குப்
போனவர்களின் ஏக்கத்தை
அவர்களில் அல்ல - தமிழீழத்தில்
அவர்களின் வீடுகளில் பார்த்தவர்
அறிவுமதி.

வந்து
திறப்பார்கள் என்று
காத்துக் கொண்டிருக்கிறது
கதவு

இது வலி.

அறிவுமதியின் வலி
அழ வைக்கவில்லை-
எழ வைக்கிறது.

அவர் நெஞ்சங்களை அசைக்கிறார்.

விடுதலை உணர்வை அறிவுமதி
இலக்கியம் விதைக்கும்.

இரும்புச் செருப்புகள் நெருப்புக்கு
இரையாவதைப் பார்ப்பீர்கள்.

என் காட்டில் -

குக்குறுப்பாச்சான் குருவி மறுபடியும்
கூடு கட்டும்.

அன்புடன்

உயிருரை

சீமான்

என் தாயிடமிருந்து என் தொப்புள்கொ
அறுக்கப்பட்டபோதே ஆரம்பித்துவிட்ட
எனது வலி. இராமேசுவரத்தின் கடற்காற்
என் உலர்ந்த உதடுகளை உரசியபோது எ
பெற்றோரின் கண்ணீர் உப்பைத்தான் என்னா
உணரமுடிந்தது.

இராமேசுவரத்தின் கடல்மணலில் என
சகோதர சகோதரிகள் சோகங்களை நினைத்து
கால் வைக்கவே அஞ்சி நடுங்கி, படகுகளி
படுத்துக்கிடந்து, வானம் பார்த்து அவர்களி
நிராதரவை யோசித்துத் தூங்காத இரவுக
இன்னும் என் கண்களில் வலிக்கின்றன.

இலங்கை வானொலியிலிருந்து பாடல்களை
கேட்கிற நேரங்களிலும் அவர்களது அ
குரல்களே எனக்குள் எதிரொலித்தன.

இந்த வலிகள் எனக்கான வலிகள் மட்
மல்ல; அண்ணன் அறிவுமதிக்கான வலிக
மட்டுமல்ல; அனைத்துத் தமிழர்களுக்குமா
வலிகள்

இங்கே
வீடு கிடைப்பதற்குள்
அங்கே
நாடு கிடைத்துவிடும்

என்று அண்ணன் அறிவுமதி எழுதியிரு
கிறார். நாட்டுக்காக உயிரை விடுவது உத்தம
ஆனால் அந்த உயிரை விடுவதற்கும் ஒ
நாடு வேண்டுமல்லவா?

□

தம்பி

சீமான்

சீர்வரிசையார்
செல்லமகள்
எங்கள்
அன்புத் தங்கை
பாவைக்கு

ஒரு வலியா
இரு
வலியா

□

அறிவுமதி

நடந்து அழுதமின்னா
நடந்த
எடம்
ஆறாகும்!

நின்னு அழுதமின்னா
நின்ன
எடம்
குளமாகும்!

புரண்டு அழுதமின்னா
புரண்ட
எடம்
கடலாகும்!

□

ஒரு வலியா
இரு
வலியா
ஒப்பாரி
வச்சி
அழ!

இது வழியா
அது
வழியா
எங்கேன்னு
போயி
விழ!

□

பூன வழி மறிச்சி
போகாதே
என்று சொல்ல

நாயி வழி மறிச்சி
நானும்
வர்றேன்
என்று சொல்ல

வளத்த
பூச்செடிய
வாகாக
வருடிவிட்டு

படிச்ச
படித்துறைய
பாத்து
அழுதுபுட்டு

வாறேன்னு
சொன்னதுமே
வாகை
மரமங்கே
வாடி
அழுததய்யா!

போறேன்னு
சொன்னதுமே
பூவரசு
மரமங்கே
புலம்பி
அழுததய்யா!
□

தூங்க மகனுக்கு
அங்க
தூளி
கட்ட
முடியலய்யா!

வௌஞ்ச
மகளுக்கு
அங்க
வேலி
கட்ட
முடியலய்யா!

நாய் குரைக்கும்
சத்தத்துக்கு
நாங்க
நடுங்காத
நாளுமில்ல!

போய்ப் பதுங்கும்
பொந்துக்குள்ள
அய்யோ
புடுங்காத
தேளுமில்ல!
□
பட்ட கத சொன்னமின்னா
ஒங்க
மனம்
பத்தி
எரியுமய்யா!

அவுக..
சுட்ட கத சொன்னமின்னா
ஒங்க
மனம்
துடிச்சி
எரியுமய்யா!
□

எங்கமன வேதனைய
எழுத்தாக்க
நெனச்சமுன்னா
அய்யோ அந்த
எழுத்தாணி
உருகுமய்யா!

பாவி மன
வேதனைய
படமாக்க
நெனச்சமுன்னா
அய்யோ அந்த
படச்சுருளும்
கருகுமய்யா!
□
ஒரு வலியா
இரு
வலியா
ஒப்பாரி
வச்சி
அழ!

இது வழியா
அது
வழியா
எங்கேன்னு
போயி
விழ!
■

நன்றி

இந்தக்
கவிதைகளுக்கான
வலியைச்
சுமக்க
வைத்த
அனைத்து
இதழ்களுக்கும்
மனித
உரிமையாளர்களுக்கும்

கவிதைகளை
வெளியிட்ட
ஆனந்தவிகடனுக்கும்

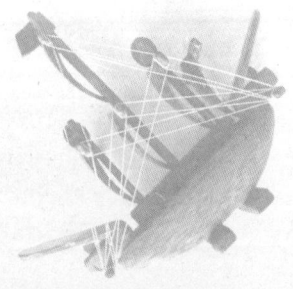

1

வலி

அறிவுமதி

மீனை அரியும்போது
கிடைத்தது

குழந்தையின்
கண்

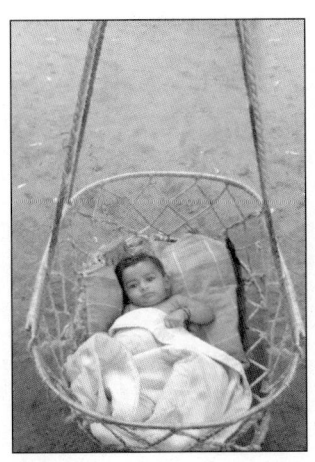

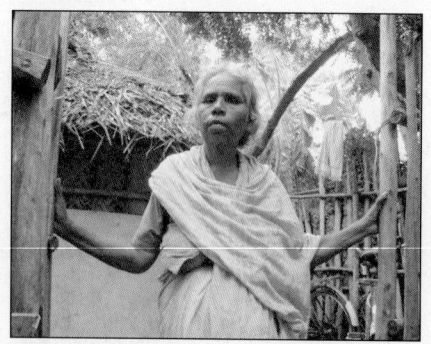

நடுக் கடலில்
இறந்திருந்தால்
நாறும்
பிணங்கள்

இங்கோ
நடைப்
பிணங்கள்

வலி

அறிவுமதி

2

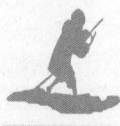

3

வலி

அறிவுமதி

மயிலுக்குப்
போர்வை
தந்தான்
பேகன்

ஒழுகுகிறது
அகதி
முகாம்

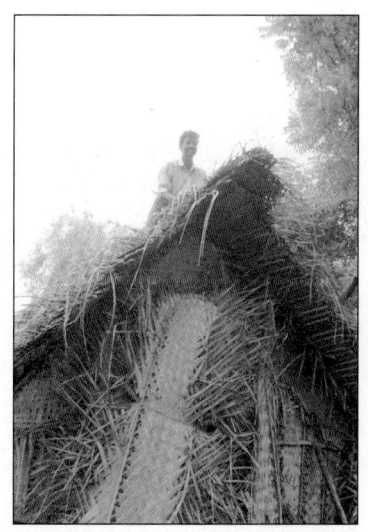

முகாமிற்கு
அருகில் உள்ள
பள்ளியிலிருந்து
கேட்கிறது

யாதும் ஊரே
யாவரும் கேளிர்

வலி
அறிவுமதி

4

5

வலி
அறிவுமதி

கடல் கடந்து
பார்க்க
வந்திருக்கின்றன

சோறு வைத்த
காக்கைகள்

வேறுபாடு
இருக்கத்தான்
செய்கிறது

எங்கள் நாட்டுப்
பறவைகள்
வேடந்தாங்கல்
வருவதற்கும்

நாங்கள்
மண்டபம்
வருவதற்கும்

வலி
அறிவுமதி

7

வலி
அறிவுமதி

சற்றுமுன் செத்த
அப்பாவுக்கான
அழுகுரல்கள்
கேட்கின்றன

கைப்பேசியில்

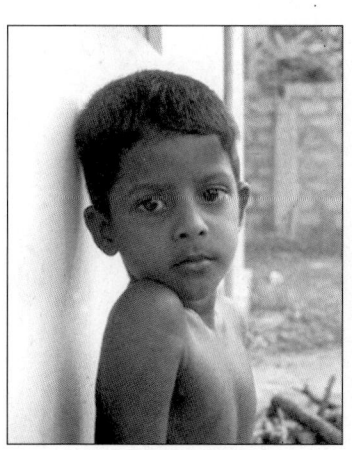

தூங்கும் என்னை
நள்ளிரவில் வந்து
பிறாண்டிப்
பிறாண்டி
எழுப்புகிறது

தூக்கி வர
மறந்துபோன என்
வளர்ப்புப்
பூனை

வலி
அறிவுமதி

9

வலி

அறிவுமதி

வயசுக்கு வந்த மகள்
தூங்குகிறாள்

இல்லறம்

எங்களைப்
பொறுத்தவரை
இல்லாத அறம்

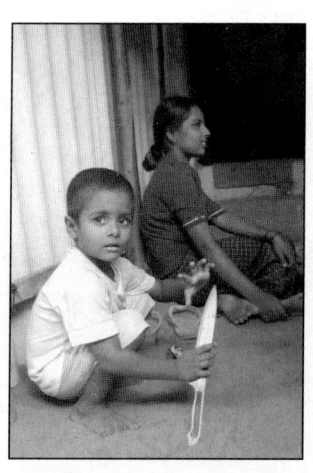

மருத்துவப் பட்டம்
வா
வா
என்கிறது

அகதிப் பட்டம்
போ
போ
என்கிறது

வலி
அறிவுமதி

11

வலி

அறிவுமதி

பச்சிளங் குழந்தையை
உடல்நெடுக
இப்படி
உளியால்
கொந்தியிருக்கிறார்களே

புத்தர் சிலைக்கு
முயற்சித்திருப்பார்களோ

எங்கள் வீட்டில்
அவர்கள்
கொள்ளையடித்தார்கள்

உங்கள் வீட்டில்
நாங்கள்
வெள்ளையடிக்கிறோம்

வலி
அறிவுமதி

13

வலி

அறிவுமதி

அங்கே
அவனா என்று கேட்டு
அடித்தார்கள்
வலிக்கவில்லை

இங்கே
திருடனா என்று கேட்டு
அடிக்கிறார்கள்

வலிக்கிறது

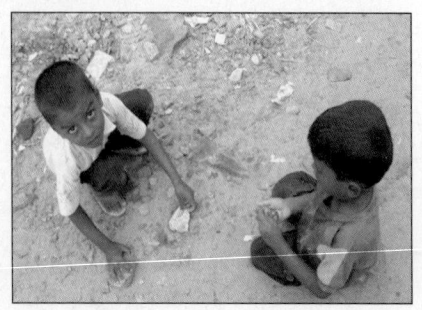

அங்கே
சிங்களத்தில்
கெட்ட கெட்ட
வார்த்தைகளில்
திட்டினார்கள்
புரிந்தது

இங்கே
தமிழில்
கெட்ட கெட்ட
வார்த்தைகளில்
திட்டுகிறார்கள்
புரியவில்லை

வலி
அறிவுமதி

15

வலி
அறிவுமதி

வந்து
திறப்பார்கள் என்று
காத்துக்
கொண்டிருக்கிறது

கதவு

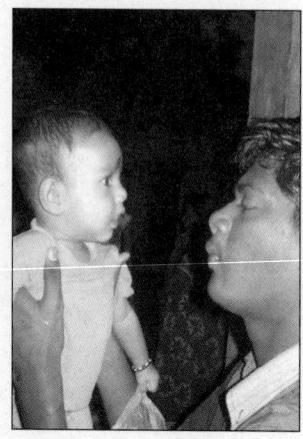

உங்களை
நலம் விசாரிக்கத்தான்
வந்தோம்

எங்களை
விசாரிக்கிறார்கள்

யார்
அகதிகள்

வலி
அறிவுமதி

17

வலி
அறிவுமதி

விடைபெறும்போது
நீங்கள் சொந்த
நாட்டுக்குத்
திரும்புவீர்கள்

நிரந்தரச் சிறையினில்
எங்களை
விட்டுவிட்டு

பஞ்சம் பிழைக்க
மாநிலம்
தாண்டிப்
போகிறீர்கள்

உயிர் பிழைக்க
கடல்
தாண்டி
வருகிறோம்

வலி
அறிவுமதி

19

வலி
அறிவுமதி

கழிப்பிடம்
மோசம்

வசிப்பிடம்
மோசத்திலும்
மோசம்

இராமேசுவரத்தில்
எல்லோரும்
குளித்துக்
கரையேறுகிறார்கள்

நாங்கள்
குதித்துக்
கரையேறுகிறோம்

வலி
அறிவுமதி

21

வலி

அறிவுமதி

ஆயிரமாயிரம்
எறும்புகளின்
கதறல்
யாருக்கும்
கேட்பதில்லை

ஒற்றை
யானையின்
ஓலம்
ஊரெல்லாம்
கேட்கிறது

அமைதி

படையாக
வருகையில்
பிரச்சினை

பேச்சாக
வருகையில்
பிரச்சினையிலும்
பிரச்சினை

வலி
அறிவுமதி

22

23

வலி
அறிவுமதி

சுடப்பட்டுச் செத்த
அம்மாவின்
உடலை
அடக்கம்
செய்யமுடியாத
அவசரத்தில்
வந்துவிட்டோம்

இராணுவம் வீசும்
எறிகணையில்
ஏதேனும் ஒன்று
இரக்கப்பட்டு
எங்கள்
வீட்டின் மீது
விழாதா

யார் சொன்னது

அந்த நிலா
இல்லை

இந்த
நிலா

வலி
அறிவுமதி

24

25

வலி
அறிவுமதி

இலங்கை
வானொலியிலிருந்து
நீங்கள்
பிறந்த நாள்
வாழ்த்து
கேட்கிறீர்கள்

நாங்கள்
மரண
அறிவித்தல்
கேட்கிறோம்

அயல்நாட்டுப் பறவைகள்
அச்சப்படக் கூடாது
என்பதற்காக
தீபாவளிக்கு
வெடி வெடிப்பதையே
விட்டுவிட்ட
ஊர்கள்
இங்கே இருப்பதாகக்
கேள்விப்பட்டோம்

எங்கள்
குழந்தைகளுக்காகவும்
இரக்கப்பட்டு
இதனைக்
கடைப்பிடிப்பீர்களா

வலி
அறிவுமதி

27

வலி
அறிவுமதி

இங்கேயும்
நனைக்கிறது
மழை

ஈரமே
இல்லாமல்

சாலைபோடும்
பெருவண்டியைப்
பார்த்ததும்
பதறிப்போய்ப்
பதுங்குகின்றன

விளையாடிக்
கொண்டிருந்த
குழந்தைகள்

வலி
அறிவுமதி

28

29

வலி
அறிவுமதி

மனநிலை
பாதிக்கப்பட்ட
நிலையில்
தனக்குத்தானே
சிரித்தபடி
அடிக்கடி அந்தப்
பெண் பிள்ளை
உச்சரிக்கிறாள்

தங்கச்சி
மடம்

தமிழில்தான்
விசாரித்தார்கள்

தமிழர்களாய்
இல்லை

வலி
அறிவுமதி

30

31

வலி

அறிவுமதி

அடக்கம் செய்யாமல்
அய்ந்து நாட்கள்
வைத்திருந்தும்
அம்மாவின்
முகத்தை
கடைசியாய்ப் பார்க்க
வாய்த்தது
கனடாவில் இருக்கும்
மூத்த
மகளுக்கு

வாய்க்கவே இல்லை
இங்கிருக்கும்
இளைய
மகளுக்கு

நேற்றுவரை
சேலைகள்

இன்றுமுதல்
சுவர்கள்

வலி
அறிவுமதி

33

வலி

அறிவுமதி

கடப்பாரை பிடித்து
கடின உழைப்பு
உழைத்துக்
காய்ப்பேறிய
கைகளுக்குக்
கிடைத்தது

சிறப்புப்
பரிசு

ஆழிப் பேரலைகளும்
எங்கள்
பெண்களை
வீடு புகுந்து
இழுத்துப்போய்
கொல்லத்தான் செய்தன

ஆனாலும்

வலி
அறிவுமதி

35

வலி
அறிவுமதி

மன்னாருக்கும்
மண்டபத்திற்கும்
இடையே
இருப்பது
வளைகுடா இல்லை

தமிழர்
சதுக்கம்

எறும்புகளுக்குக்
கோலம்
போட்டவர்கள்

எங்களைப்
பட்டினி
போடுகிறார்கள்

வலி
அறிவுமதி

37

வலி

அறிவுமதி

முல்லை
மருதம் விட்டு
நெய்தல் தாண்டி
நாங்கள்
குடியேறிய
இடமெல்லாம்
பாலை

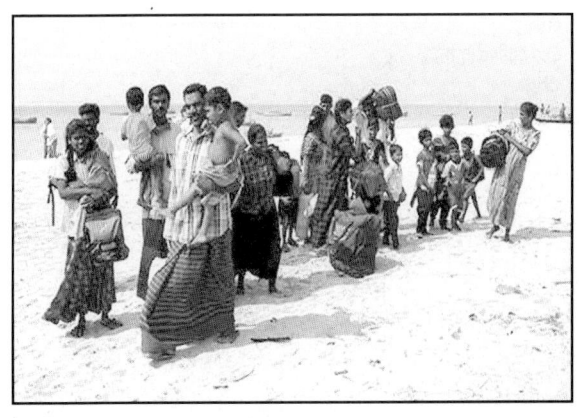

கிழக்கிலிருந்துதான்
வந்தது
நிலா

நல்லவேளை
அகதி
என்ற
பெயரிலிருந்து
அது
தப்பித்துவிட்டது

39

வலி
அறிவுமதி

பதுங்கு குழி
சவக்குழி

அவர்கள்
ஆடும்

பல்லாங்குழி

மருந்து பற்றி
படித்துக்
கொண்டிருக்கையில்

விழுந்தது
மரணம்

வலி
அறிவுமதி

40

41

வலி
அறிவுமதி

நுணா
மரத்துக் கிளைகளிலும்
தூங்க
கோழிகளுக்கு
உண்டு
அனுமதி

ஆறு மணிக்குள்
நாங்கள்
கூடடைய வேண்டும்

பிழைக்க வந்தவர்கள்
உணர்வார்களா

பிழைத்து வந்தவர்களின்
வலியை

வலி
அறிவுமதி

வலி
அறிவுமதி

அங்கே
கேட்டுக் கேள்வியில்லாமல்
கொன்றார்கள்

இங்கே
கேள்வி கேட்டுக்
கொல்கிறார்கள்

அங்கே சேர்ந்திருந்தால்
செத்துப்
பிழைத்திருக்கலாம்

இங்கே சேர்ந்ததனால்
செத்துச்
செத்துப்
பிழைக்க
வேண்டியிருக்கிறது

வலி
அறிவுமதி

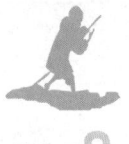

45

வலி

அறிவுமதி

அவர்களுக்கு
விருந்தினர்
மாளிகை

எங்களுக்கு
அகதி
முகாம்

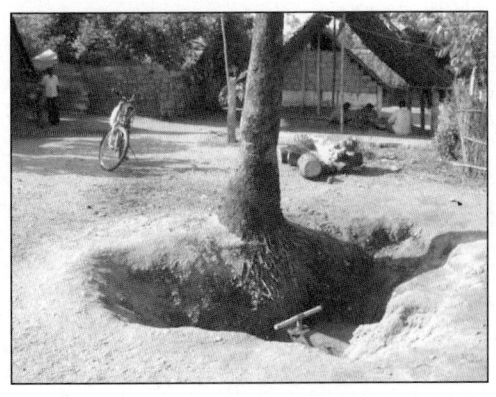

கிளிகள்
புறாக்கள்
கொக்குகள்
நாரைகள்
பறந்த
வானத்தில்

அலுமினியக்
கழுகுகள்

வலி
அறிவுமதி

47

வலி
அறிவுமதி

இங்கே
வீடு
கிடைப்பதற்குள்

அங்கே
நாடு
கிடைத்துவிடும்

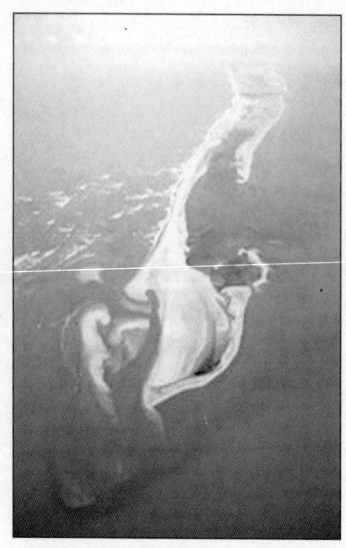

மணல் திட்டுகளில்
மூச்சு
வாங்கியவர்கள்

மனிதத்
திட்டுகளில்
பேச்சு
வாங்குகிறோம்

வலி
அறிவுமதி

48

49

வலி

அறிவுமதி

உறவுகளைப் பிரிந்து
வந்தோம்

வந்தவர்கள்
உறவானோம்

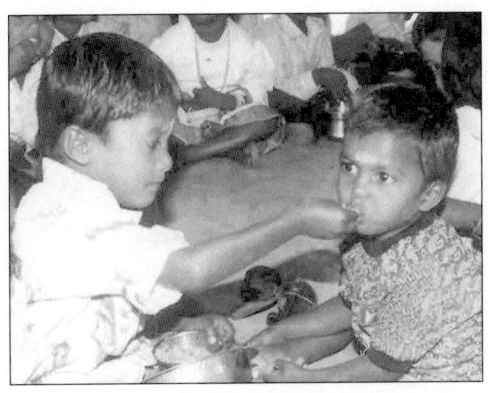

தப்பித்து வந்த
குழந்தைகளுக்குக்
குடிக்க
பால்
கிடைக்கிறது

படிக்கத்தான்
தமிழ்
கிடைக்கவில்லை

வலி
அறிவுமதி

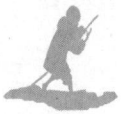

51

வலி
அறிவுமதி

பள்ளிக்கூட
பழக்கம்

ஆறுமணி
கணக்கெடுப்பில்
பொடியன்
சொல்கிறான்

உள்ளேன்
அய்யா

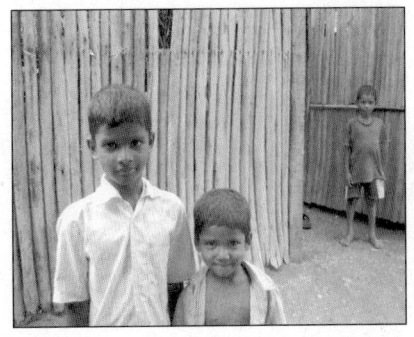

அப்படிப்
பார்க்காதீர்கள்

இதற்கு
அந்தத்
துவக்குகள்
எவ்வளவோ மேல்

வலி
அறிவுமதி

53

வலி

அறிவுமதி

குறி தவறாமல்
எங்களைச்
சுட

சுட்டுப் பழகும்
மாதிரிப்
பொம்மைகள்

தமிழக
மீனவர்கள்

அனைத்து வகையான
பிரச்சினைகள்
இருந்தும்

நீங்கள்
கண்டெடுத்திருக்கும்
அழகான
வார்த்தை

அதுல ஒண்ணும்
பிரச்சன
இல்ல

வலி
அறிவுமதி

55

வலி
அறிவுமதி

நீங்கள்
இறங்கியிருப்பது
கரையிலன்று

சிறையில்

கடலில்
வந்து
கொண்டிருந்தவரை
ஊரைப் பிரியும்
சோகம்

கரையேறிய பிறகோ
நாட்டைப் பிரிந்த
சோகம்

வலி
அறிவுமதி

வலி
அறிவுமதி

அவ்வப்போது
எடுத்து
அணைத்து
முத்தமிட்டுக்
கொள்கிறோம்

கடற்படை
வெளிச்சங்களிலிருந்து
எங்களைக்
காப்பாற்றிய
அந்தக்
கறுப்புச்
சேலையை

அறுக்காமல்
விட்டுவிட்டு வந்த
வயலில்

பசியார
வரும்
குருவிகளையாவது

சுடாமல்
இருப்பார்களா?

வலி
அறிவுமதி

59

வலி
அறிவுமதி

படகில்
ஏறினோம்

படகுகளை
விற்று

நடுக்கடலில்
சுற்றிவளைக்கப்பட்ட
படகிலிருந்து
குதித்து
மூழ்கிக்கொண்டிருந்த
அக்காவைக்
காப்பாற்ற
துடிக்கவில்லை

பாசமுள்ள
தம்பி

அறிவுமதி

வலி
அறிவுமதி

வரிசையில்
நின்றபோது
கண்ணில்பட்டது

தமிழனென்று
சொல்லடா
தலை
நிமிர்ந்து
நில்லடா

நீண்ட
விசாரணைக்குப் பின்
மரத்தடியில் வந்து அமர்ந்த
என் மடியில்...

தலைசாய்த்துப் படுத்த
மகள் கேட்டாள்

நம்மள
இறக்கிவிட்டுப் போன
அய்யா
இந்நேரம்
வீடுபோயி
சேர்ந்திருப்பாராம்மா?

வலி
அறிவுமதி

63

வலி

அறிவுமதி

தண்ணீர்
எதற்கு
உங்களுக்கு

குருதியிலேயே
செய்யலாமே

வேளாண்மை

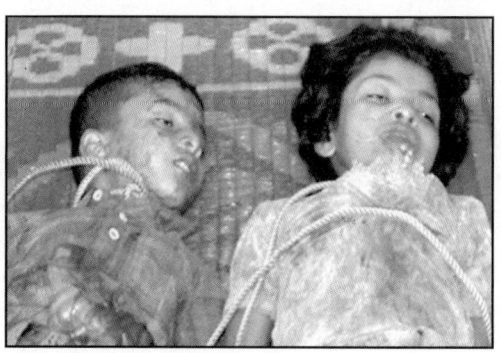

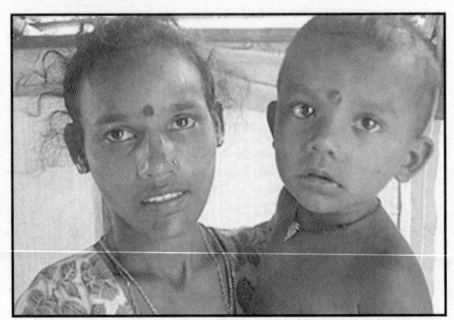

மறைவுகளற்ற
வெளி

தாய்ப்பால்
தவிப்பு

வலி
அறிவுமதி

64

65

வலி
அறிவுமதி

பறக்க வானமற்ற
ஊரிலிருந்து
வந்திருக்கின்றன

பறவைகளும்
அகதிகளாய்

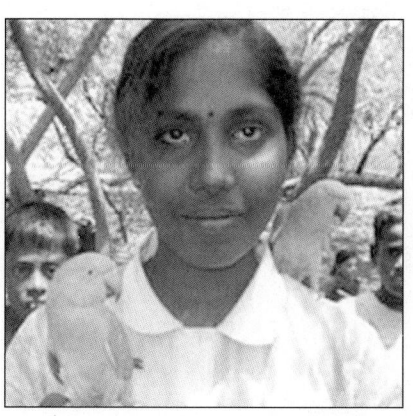

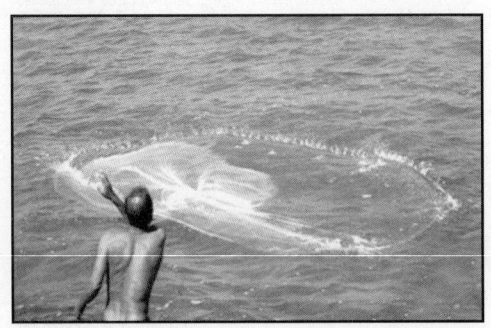

தவறியவர்கள்
மீன்களுக்கு
இரையானோம்

தப்பித்தவர்கள்
ஏன்களுக்கு
இரையானோம்

வலி

அறிவுமதி

66

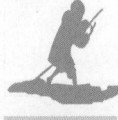

வலி
அறிவுமதி

குழந்தையின்
பிறந்தநாள் விழாவைக்
கொண்டாடுகிறோம்

கடந்த
பிறந்தநாள் விழா
படங்களைப்
பார்த்து

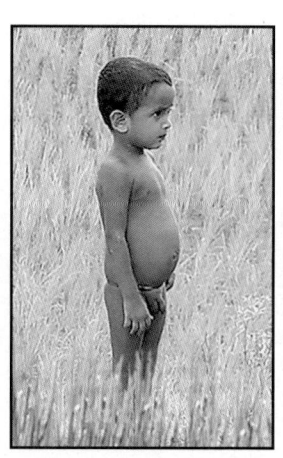

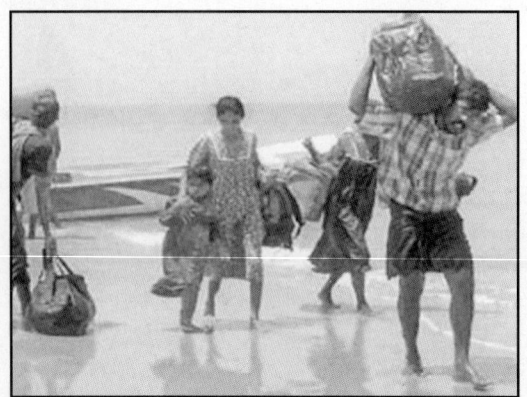

எங்களால்
இறங்கி
வந்து
கரையேற முடிகிறது

உங்களால்
இரங்கி
வந்து
உரையாட
முடியவில்லை

வலி

69

வலி
அறிவுமதி

இன்னும்
கவலையில்
இருக்கிறாள்
சிறுமி

நீரூற்றப்படாத
பூச்செடிகள்

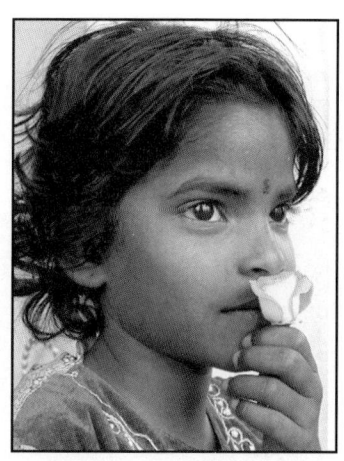

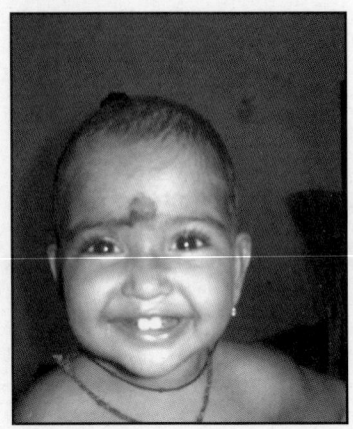

பிறந்த குழந்தையின்
நெற்றியில்
வைக்கிறாள்

பிடி
மண்ணாய்
எடுத்து
வந்த

தாய்மண்

வலி
அறிவுமதி

70